>>>————————

It's scientifically shown that people who practise gratitude are happier as well as more optimistic, helpful, empathetic, and successful.
Get involved in this experiment. You will soon feel the first positive changes.

FIND 3 THINGS FOR WHICH YOU ARE THANKFUL FOR IN YOUR LIFE EVERYDAY. TRY TO AVOID REPETITIONS.

What 3 people in life am I thankful for?

_____

My monthly target:

_____

_____

_____

Who can I support and how:

_____

_____

_____

What do I want to release?

_____

_____

_____

I would like to say thank you to...

_____

_____

_____

Today I am thankful for...   DATE   /   /

1 _____

2 _____

3 _____

Today I am thankful for...   DATE   /   /

1 _____

2 _____

3 _____

Today I am thankful for...   DATE   /   /

1 _____

2 _____

3 _____

Today I am thankful for...   DATE   /   /

1 _____

2 _____

3 _____

Today I am thankful for...   DATE   /   /

1 _____

2 _____

3 _____

Today I am thankful for...   DATE   /   /

1 _____

2 _____

3 _____

Today I am thankful for...   DATE   /   /

1 _____

2 _____

3 _____

A special moment this week:

Today I am thankful for...   DATE   /   /

1 _____
2 _____
3 _____

Today I am thankful for...   DATE   /   /

1 _____
2 _____
3 _____

Today I am thankful for...   DATE   /   /

1 _____
2 _____
3 _____

Today I am thankful for...   DATE   /   /

1 _____
2 _____
3 _____

Today I am thankful for...

1 _____

2 _____

3 _____

Today I am thankful for...

1 _____

2 _____

3 _____

Today I am thankful for...

1 _____

2 _____

3 _____

A special moment this week:

Today I am thankful for... DATE / /

1 _____
2 _____
3 _____

Today I am thankful for... DATE / /

1 _____
2 _____
3 _____

Today I am thankful for... DATE / /

1 _____
2 _____
3 _____

Today I am thankful for... DATE / /

1 _____
2 _____
3 _____

Today I am thankful for...   DATE   /   /

1 _____

2 _____

3 _____

Today I am thankful for...   DATE   /   /

1 _____

2 _____

3 _____

Today I am thankful for...   DATE   /   /

1 _____

2 _____

3 _____

A special moment this week:

Today I am thankful for...   DATE   /   /

1 _____

2 _____

3 _____

Today I am thankful for...   DATE   /   /

1 _____

2 _____

3 _____

Today I am thankful for...   DATE   /   /

1 _____

2 _____

3 _____

Today I am thankful for...   DATE   /   /

1 _____

2 _____

3 _____

Today I am thankful for...   DATE   /   /

1 _____

2 _____

3 _____

Today I am thankful for...   DATE   /   /

1 _____

2 _____

3 _____

Today I am thankful for...   DATE   /   /

1 _____

2 _____

3 _____

A special moment this week:

What memory of
my childhood am
I thankful for?

_____

My monthly target:

_____

_____

_____

Who can I support and how:

_____

_____

_____

What do I want to release?

_____

_____

_____

I would like to say thank you to...

_____

_____

_____

Today I am thankful for... DATE / /

1 _____
2 _____
3 _____

Today I am thankful for... DATE / /

1 _____
2 _____
3 _____

Today I am thankful for... DATE / /

1 _____
2 _____
3 _____

Today I am thankful for... DATE / /

1 _____
2 _____
3 _____

Today I am thankful for...

1 _____
2 _____
3 _____

Today I am thankful for... DATE / /

1 _____
2 _____
3 _____

Today I am thankful for... DATE / /

1 _____
2 _____
3 _____

A special moment this week:

Today I am thankful for...   DATE   /   /

1 _____

2 _____

3 _____

Today I am thankful for...   DATE   /   /

1 _____

2 _____

3 _____

Today I am thankful for...   DATE   /   /

1 _____

2 _____

3 _____

Today I am thankful for...   DATE   /   /

1 _____

2 _____

3 _____

Today I am thankful for...   DATE   /   /

1 _____

2 _____

3 _____

Today I am thankful for...   DATE   /   /

1 _____

2 _____

3 _____

Today I am thankful for...   DATE   /   /

1 _____

2 _____

3 _____

A special moment this week:

Today I am thankful for...   DATE   /   /

1 _____

2 _____

3 _____

Today I am thankful for...   DATE   /   /

1 _____

2 _____

3 _____

Today I am thankful for...   DATE   /   /

1 _____

2 _____

3 _____

Today I am thankful for...   DATE   /   /

1 _____

2 _____

3 _____

Today I am thankful for... DATE / /

1 _____

2 _____

3 _____

Today I am thankful for... DATE / /

1 _____

2 _____

3 _____

Today I am thankful for... DATE / /

1 _____

2 _____

3 _____

A special moment this week:

Today I am thankful for...   DATE   /   /

1 _____

2 _____

3 _____

Today I am thankful for...   DATE   /   /

1 _____

2 _____

3 _____

Today I am thankful for...   DATE   /   /

1 _____

2 _____

3 _____

Today I am thankful for...   DATE   /   /

1 _____

2 _____

3 _____

Today I am thankful for...   DATE   /   /

1 _____

2 _____

3 _____

Today I am thankful for...   DATE   /   /

1 _____

2 _____

3 _____

Today I am thankful for...   DATE   /   /

1 _____

2 _____

3 _____

A special moment this week:

What place that I have traveled am I thankful for?

_____

My monthly target:

_____

_____

_____

Who can I support and how:

_____

_____

_____

What do I want to release?

_____

_____

_____

I would like to say thank you to...

_____

_____

_____

Today I am thankful for...   DATE   /   /

1 _____
2 _____
3 _____

Today I am thankful for...   DATE   /   /

1 _____
2 _____
3 _____

Today I am thankful for...   DATE   /   /

1 _____
2 _____
3 _____

Today I am thankful for...   DATE   /   /

1 _____
2 _____
3 _____

Today I am thankful for... DATE / /

1 _____

2 _____

3 _____

Today I am thankful for... DATE / /

1 _____

2 _____

3 _____

Today I am thankful for... DATE / /

1 _____

2 _____

3 _____

A special moment this week:

Today I am thankful for...   DATE   /   /

1 _____

2 _____

3 _____

Today I am thankful for...   DATE   /   /

1 _____

2 _____

3 _____

Today I am thankful for...   DATE   /   /

1 _____

2 _____

3 _____

Today I am thankful for...   DATE   /   /

1 _____

2 _____

3 _____

Today I am thankful for... DATE / /

1 _____

2 _____

3 _____

Today I am thankful for... DATE / /

1 _____

2 _____

3 _____

Today I am thankful for... DATE / /

1 _____

2 _____

3 _____

A special moment this week:

Today I am thankful for...   DATE   /   /

1 _____

2 _____

3 _____

Today I am thankful for...   DATE   /   /

1 _____

2 _____

3 _____

Today I am thankful for...   DATE   /   /

1 _____

2 _____

3 _____

Today I am thankful for...   DATE   /   /

1 _____

2 _____

3 _____

Today I am thankful for... DATE / /

1 _____

2 _____

3 _____

Today I am thankful for... DATE / /

1 _____

2 _____

3 _____

Today I am thankful for... DATE / /

1 _____

2 _____

3 _____

A special moment this week:

Today I am thankful for...   DATE / /

1 _____

2 _____

3 _____

Today I am thankful for...   DATE / /

1 _____

2 _____

3 _____

Today I am thankful for...   DATE / /

1 _____

2 _____

3 _____

Today I am thankful for...   DATE / /

1 _____

2 _____

3 _____

Today I am thankful for...   DATE /   /

1 _____

2 _____

3 _____

Today I am thankful for...   DATE /   /

1 _____

2 _____

3 _____

Today I am thankful for...   DATE /   /

1 _____

2 _____

3 _____

A special moment this week:

What smell am I thankful for?

_____

My monthly target:

_____

_____

_____

Who can I support and how:

_____

_____

_____

What do I want to release?

_____

_____

_____

I would like to say thank you to...

_____

_____

_____

Today I am thankful for...   DATE   /   /

1 _____

2 _____

3 _____

Today I am thankful for...   DATE   /   /

1 _____

2 _____

3 _____

Today I am thankful for...   DATE   /   /

1 _____

2 _____

3 _____

Today I am thankful for...   DATE   /   /

1 _____

2 _____

3 _____

Today I am thankful for...   DATE   /   /

1 _____

2 _____

3 _____

Today I am thankful for...   DATE   /   /

1 _____

2 _____

3 _____

Today I am thankful for...   DATE   /   /

1 _____

2 _____

3 _____

A special moment this week:

Today I am thankful for...   DATE   /   /

1 _____

2 _____

3 _____

Today I am thankful for...   DATE   /   /

1 _____

2 _____

3 _____

Today I am thankful for...   DATE   /   /

1 _____

2 _____

3 _____

Today I am thankful for...   DATE   /   /

1 _____

2 _____

3 _____

Today I am thankful for... DATE / /

1 _____

2 _____

3 _____

Today I am thankful for... DATE / /

1 _____

2 _____

3 _____

Today I am thankful for... DATE / /

1 _____

2 _____

3 _____

A special moment this week:

Today I am thankful for...   DATE   /   /

1 _____

2 _____

3 _____

Today I am thankful for...   DATE   /   /

1 _____

2 _____

3 _____

Today I am thankful for...   DATE   /   /

1 _____

2 _____

3 _____

Today I am thankful for...   DATE   /   /

1 _____

2 _____

3 _____

Today I am thankful for...   DATE   /   /

1 _____

2 _____

3 _____

Today I am thankful for...   DATE   /   /

1 _____

2 _____

3 _____

Today I am thankful for...   DATE   /   /

1 _____

2 _____

3 _____

A special moment this week:

Today I am thankful for...   DATE   /   /

1 _____

2 _____

3 _____

Today I am thankful for...   DATE   /   /

1 _____

2 _____

3 _____

Today I am thankful for...   DATE   /   /

1 _____

2 _____

3 _____

Today I am thankful for...   DATE   /   /

1 _____

2 _____

3 _____

Today I am thankful for...   DATE   /   /

1 _____

2 _____

3 _____

Today I am thankful for...   DATE   /   /

1 _____

2 _____

3 _____

Today I am thankful for...   DATE   /   /

1 _____

2 _____

3 _____

A special moment this week:

What knowledge am I thankful for?

_____

My monthly target:

_____

_____

_____

Who can I support and how:

_____

_____

_____

What do I want to release?

_____

_____

_____

I would like to say thank you to...

_____

_____

_____

Today I am thankful for...   DATE   /   /

1 _____

2 _____

3 _____

Today I am thankful for...   DATE   /   /

1 _____

2 _____

3 _____

Today I am thankful for...   DATE   /   /

1 _____

2 _____

3 _____

Today I am thankful for...   DATE   /   /

1 _____

2 _____

3 _____

Today I am thankful for...   DATE   /   /

1 _____

2 _____

3 _____

Today I am thankful for...   DATE   /   /

1 _____

2 _____

3 _____

Today I am thankful for...   DATE   /   /

1 _____

2 _____

3 _____

A special moment this week:

Today I am thankful for...   DATE   /   /

1 _____

2 _____

3 _____

Today I am thankful for...   DATE   /   /

1 _____

2 _____

3 _____

Today I am thankful for...   DATE   /   /

1 _____

2 _____

3 _____

Today I am thankful for...   DATE   /   /

1 _____

2 _____

3 _____

Today I am thankful for...   DATE   /   /

1 _____

2 _____

3 _____

Today I am thankful for...   DATE   /   /

1 _____

2 _____

3 _____

Today I am thankful for...   DATE   /   /

1 _____

2 _____

3 _____

A special moment this week:

Today I am thankful for...   DATE   /   /

1 _____

2 _____

3 _____

Today I am thankful for...   DATE   /   /

1 _____

2 _____

3 _____

Today I am thankful for...   DATE   /   /

1 _____

2 _____

3 _____

Today I am thankful for...   DATE   /   /

1 _____

2 _____

3 _____

Today I am thankful for... DATE / /

1 _____

2 _____

3 _____

Today I am thankful for... DATE / /

1 _____

2 _____

3 _____

Today I am thankful for... DATE / /

1 _____

2 _____

3 _____

A special moment this week:

Today I am thankful for...   DATE   /   /

1 _____

2 _____

3 _____

Today I am thankful for...   DATE   /   /

1 _____

2 _____

3 _____

Today I am thankful for...   DATE   /   /

1 _____

2 _____

3 _____

Today I am thankful for...   DATE   /   /

1 _____

2 _____

3 _____

Today I am thankful for... DATE / /

1 _____

2 _____

3 _____

Today I am thankful for... DATE / /

1 _____

2 _____

3 _____

Today I am thankful for... DATE / /

1 _____

2 _____

3 _____

A special moment this week:

What life experience am I thankful for?

_____

My monthly target:

_____

_____

_____

Who can I support and how:

_____

_____

_____

What do I want to release?

_____

_____

_____

I would like to say thank you to...

_____

_____

_____

Today I am thankful for...   DATE   /   /

1 _____

2 _____

3 _____

Today I am thankful for...   DATE   /   /

1 _____

2 _____

3 _____

Today I am thankful for...   DATE   /   /

1 _____

2 _____

3 _____

Today I am thankful for...   DATE   /   /

1 _____

2 _____

3 _____

Today I am thankful for...   DATE   /   /

1 _____

2 _____

3 _____

Today I am thankful for...   DATE   /   /

1 _____

2 _____

3 _____

Today I am thankful for...   DATE   /   /

1 _____

2 _____

3 _____

A special moment this week:

Today I am thankful for...   DATE   /   /

1 _____

2 _____

3 _____

Today I am thankful for...   DATE   /   /

1 _____

2 _____

3 _____

Today I am thankful for...   DATE   /   /

1 _____

2 _____

3 _____

Today I am thankful for...   DATE   /   /

1 _____

2 _____

3 _____

Today I am thankful for... DATE / /

1 _____

2 _____

3 _____

Today I am thankful for... DATE / /

1 _____

2 _____

3 _____

Today I am thankful for... DATE / /

1 _____

2 _____

3 _____

A special moment this week:

Today I am thankful for... DATE / /

1 _____

2 _____

3 _____

Today I am thankful for... DATE / /

1 _____

2 _____

3 _____

Today I am thankful for... DATE / /

1 _____

2 _____

3 _____

Today I am thankful for... DATE / /

1 _____

2 _____

3 _____

Today I am thankful for...   DATE   /   /

1 _____

2 _____

3 _____

Today I am thankful for...   DATE   /   /

1 _____

2 _____

3 _____

Today I am thankful for...   DATE   /   /

1 _____

2 _____

3 _____

A special moment this week:

Today I am thankful for...   DATE   /   /

1 _____

2 _____

3 _____

Today I am thankful for...   DATE   /   /

1 _____

2 _____

3 _____

Today I am thankful for...   DATE   /   /

1 _____

2 _____

3 _____

Today I am thankful for...   DATE   /   /

1 _____

2 _____

3 _____

Today I am thankful for...   DATE   /   /

1 _____

2 _____

3 _____

Today I am thankful for...   DATE   /   /

1 _____

2 _____

3 _____

Today I am thankful for...   DATE   /   /

1 _____

2 _____

3 _____

A special moment this week:

For what food am I thankful for?

_____

My monthly target:

_____

_____

_____

Who can I support and how:

_____

_____

_____

What do I want to release?

_____

_____

_____

I would like to say thank you to...

_____

_____

_____

Today I am thankful for...   DATE   /   /

1 _____

2 _____

3 _____

Today I am thankful for...   DATE   /   /

1 _____

2 _____

3 _____

Today I am thankful for...   DATE   /   /

1 _____

2 _____

3 _____

Today I am thankful for...   DATE   /   /

1 _____

2 _____

3 _____

Today I am thankful for... DATE / /

1 _____

2 _____

3 _____

Today I am thankful for... DATE / /

1 _____

2 _____

3 _____

Today I am thankful for... DATE / /

1 _____

2 _____

3 _____

A special moment this week:

Today I am thankful for... DATE / /

1 _____

2 _____

3 _____

Today I am thankful for... DATE / /

1 _____

2 _____

3 _____

Today I am thankful for... DATE / /

1 _____

2 _____

3 _____

Today I am thankful for... DATE / /

1 _____

2 _____

3 _____

Today I am thankful for...   DATE   /   /

1 _____

2 _____

3 _____

Today I am thankful for...   DATE   /   /

1 _____

2 _____

3 _____

Today I am thankful for...   DATE   /   /

1 _____

2 _____

3 _____

A special moment this week:

Today I am thankful for...   DATE   /   /

1 _____

2 _____

3 _____

Today I am thankful for...   DATE   /   /

1 _____

2 _____

3 _____

Today I am thankful for...   DATE   /   /

1 _____

2 _____

3 _____

Today I am thankful for...   DATE   /   /

1 _____

2 _____

3 _____

Today I am thankful for...   DATE   /   /

1 _____

2 _____

3 _____

Today I am thankful for...   DATE   /   /

1 _____

2 _____

3 _____

Today I am thankful for...   DATE   /   /

1 _____

2 _____

3 _____

A special moment this week:

Today I am thankful for...   DATE   /   /

1 _____

2 _____

3 _____

Today I am thankful for...   DATE   /   /

1 _____

2 _____

3 _____

Today I am thankful for...   DATE   /   /

1 _____

2 _____

3 _____

Today I am thankful for...   DATE   /   /

1 _____

2 _____

3 _____

Today I am thankful for...   DATE   /   /

1 _____

2 _____

3 _____

Today I am thankful for...   DATE   /   /

1 _____

2 _____

3 _____

Today I am thankful for...   DATE   /   /

1 _____

2 _____

3 _____

A special moment this week:

What technology am I thankful for?

_____

My monthly target:

_____

_____

_____

Who can I support and how:

_____

_____

_____

What do I want to release?

_____

_____

_____

I would like to say thank you to...

_____

_____

_____

Today I am thankful for...   DATE   /   /

1 _____

2 _____

3 _____

Today I am thankful for...   DATE   /   /

1 _____

2 _____

3 _____

Today I am thankful for...   DATE   /   /

1 _____

2 _____

3 _____

Today I am thankful for...   DATE   /   /

1 _____

2 _____

3 _____

Today I am thankful for...   DATE   /   /

1 _____

2 _____

3 _____

Today I am thankful for...   DATE   /   /

1 _____

2 _____

3 _____

Today I am thankful for...   DATE   /   /

1 _____

2 _____

3 _____

A special moment this week:

Today I am thankful for...   DATE / /

1 _____

2 _____

3 _____

Today I am thankful for...   DATE / /

1 _____

2 _____

3 _____

Today I am thankful for...   DATE / /

1 _____

2 _____

3 _____

Today I am thankful for...   DATE / /

1 _____

2 _____

3 _____

Today I am thankful for...   DATE   /   /

1 _____

2 _____

3 _____

Today I am thankful for...   DATE   /   /

1 _____

2 _____

3 _____

Today I am thankful for...   DATE   /   /

1 _____

2 _____

3 _____

A special moment this week:

Today I am thankful for...   DATE   /   /

1 _____

2 _____

3 _____

Today I am thankful for...   DATE   /   /

1 _____

2 _____

3 _____

Today I am thankful for...   DATE   /   /

1 _____

2 _____

3 _____

Today I am thankful for...   DATE   /   /

1 _____

2 _____

3 _____

Today I am thankful for... DATE / /

1 _____

2 _____

3 _____

Today I am thankful for... DATE / /

1 _____

2 _____

3 _____

Today I am thankful for... DATE / /

1 _____

2 _____

3 _____

A special moment this week:

Today I am thankful for...　　　DATE　/　/

1 _____

2 _____

3 _____

Today I am thankful for...　　　DATE　/　/

1 _____

2 _____

3 _____

Today I am thankful for...　　　DATE　/　/

1 _____

2 _____

3 _____

Today I am thankful for...　　　DATE　/　/

1 _____

2 _____

3 _____

Today I am thankful for...   DATE / /

1 _____

2 _____

3 _____

Today I am thankful for...   DATE / /

1 _____

2 _____

3 _____

Today I am thankful for...   DATE / /

1 _____

2 _____

3 _____

A special moment this week:

What about my job am I thankful for?

_____

My monthly target:

_____

_____

_____

Who can I support and how:

_____

_____

_____

What do I want to release?

_____

_____

_____

I would like to say thank you to...

_____

_____

_____

Today I am thankful for...   DATE   /   /

1 _____

2 _____

3 _____

Today I am thankful for...   DATE   /   /

1 _____

2 _____

3 _____

Today I am thankful for...   DATE   /   /

1 _____

2 _____

3 _____

Today I am thankful for...   DATE   /   /

1 _____

2 _____

3 _____

Today I am thankful for...   DATE   /   /

1 _____

2 _____

3 _____

Today I am thankful for...   DATE   /   /

1 _____

2 _____

3 _____

Today I am thankful for...   DATE   /   /

1 _____

2 _____

3 _____

A special moment this week:

Today I am thankful for...   DATE   /   /

1 _____

2 _____

3 _____

Today I am thankful for...   DATE   /   /

1 _____

2 _____

3 _____

Today I am thankful for...   DATE   /   /

1 _____

2 _____

3 _____

Today I am thankful for...   DATE   /   /

1 _____

2 _____

3 _____

Today I am thankful for...   DATE   /   /

1 _____

2 _____

3 _____

Today I am thankful for...   DATE   /   /

1 _____

2 _____

3 _____

Today I am thankful for...   DATE   /   /

1 _____

2 _____

3 _____

A special moment this week:

Today I am thankful for...   DATE   /   /

1 _____

2 _____

3 _____

Today I am thankful for...   DATE   /   /

1 _____

2 _____

3 _____

Today I am thankful for...   DATE   /   /

1 _____

2 _____

3 _____

Today I am thankful for...   DATE   /   /

1 _____

2 _____

3 _____

Today I am thankful for...   DATE / /

1 _____

2 _____

3 _____

Today I am thankful for...   DATE / /

1 _____

2 _____

3 _____

Today I am thankful for...   DATE / /

1 _____

2 _____

3 _____

A special moment this week:

Today I am thankful for...   DATE   /   /

1 _____

2 _____

3 _____

Today I am thankful for...   DATE   /   /

1 _____

2 _____

3 _____

Today I am thankful for...   DATE   /   /

1 _____

2 _____

3 _____

Today I am thankful for...   DATE   /   /

1 _____

2 _____

3 _____

Today I am thankful for... DATE / /

1 _____

2 _____

3 _____

Today I am thankful for... DATE / /

1 _____

2 _____

3 _____

Today I am thankful for... DATE / /

1 _____

2 _____

3 _____

A special moment this week:

What book am I thankful for?

_____

My monthly target:

_____

_____

_____

Who can I support and how:

_____

_____

_____

What do I want to release?

_____

_____

_____

I would like to say thank you to...

_____

_____

_____

Today I am thankful for...   DATE   /   /

1 _____

2 _____

3 _____

Today I am thankful for...   DATE   /   /

1 _____

2 _____

3 _____

Today I am thankful for...   DATE   /   /

1 _____

2 _____

3 _____

Today I am thankful for...   DATE   /   /

1 _____

2 _____

3 _____

Today I am thankful for...   DATE   /   /

1 _____

2 _____

3 _____

Today I am thankful for...   DATE   /   /

1 _____

2 _____

3 _____

Today I am thankful for...   DATE   /   /

1 _____

2 _____

3 _____

A special moment this week:

Today I am thankful for...   DATE   /   /

1 _____

2 _____

3 _____

Today I am thankful for...   DATE   /   /

1 _____

2 _____

3 _____

Today I am thankful for...   DATE   /   /

1 _____

2 _____

3 _____

Today I am thankful for...   DATE   /   /

1 _____

2 _____

3 _____

Today I am thankful for... DATE / /

1 _____

2 _____

3 _____

Today I am thankful for... DATE / /

1 _____

2 _____

3 _____

Today I am thankful for... DATE / /

1 _____

2 _____

3 _____

A special moment this week:

Today I am thankful for...   DATE   /   /

1 _____

2 _____

3 _____

Today I am thankful for...   DATE   /   /

1 _____

2 _____

3 _____

Today I am thankful for...   DATE   /   /

1 _____

2 _____

3 _____

Today I am thankful for...   DATE   /   /

1 _____

2 _____

3 _____

Today I am thankful for...   DATE   /   /

1 _____

2 _____

3 _____

Today I am thankful for...   DATE   /   /

1 _____

2 _____

3 _____

Today I am thankful for...   DATE   /   /

1 _____

2 _____

3 _____

A special moment this week:

Today I am thankful for... DATE / /

1 _____

2 _____

3 _____

Today I am thankful for... DATE / /

1 _____

2 _____

3 _____

Today I am thankful for... DATE / /

1 _____

2 _____

3 _____

Today I am thankful for... DATE / /

1 _____

2 _____

3 _____

Today I am thankful for...   DATE   /   /

1 _____

2 _____

3 _____

Today I am thankful for...   DATE   /   /

1 _____

2 _____

3 _____

Today I am thankful for...   DATE   /   /

1 _____

2 _____

3 _____

A special moment this week:

What item that I use daily am I thankful for?

_____

My monthly target:

_____

_____

_____

Who can I support and how:

_____

_____

_____

What do I want to release?

_____

_____

_____

I would like to say thank you to...

_____

_____

_____

Today I am thankful for...   DATE   /   /

1 _____

2 _____

3 _____

Today I am thankful for...   DATE   /   /

1 _____

2 _____

3 _____

Today I am thankful for...   DATE   /   /

1 _____

2 _____

3 _____

Today I am thankful for...   DATE   /   /

1 _____

2 _____

3 _____

Today I am thankful for...   DATE   /   /

1 _____

2 _____

3 _____

Today I am thankful for...   DATE   /   /

1 _____

2 _____

3 _____

Today I am thankful for...   DATE   /   /

1 _____

2 _____

3 _____

A special moment this week:

Today I am thankful for...   DATE   /   /

1 _____

2 _____

3 _____

Today I am thankful for...   DATE   /   /

1 _____

2 _____

3 _____

Today I am thankful for...   DATE   /   /

1 _____

2 _____

3 _____

Today I am thankful for...   DATE   /   /

1 _____

2 _____

3 _____

Today I am thankful for... DATE / /

1 _____

2 _____

3 _____

Today I am thankful for... DATE / /

1 _____

2 _____

3 _____

Today I am thankful for... DATE / /

1 _____

2 _____

3 _____

A special moment this week:

Today I am thankful for...   DATE   /   /

1 _____

2 _____

3 _____

Today I am thankful for...   DATE   /   /

1 _____

2 _____

3 _____

Today I am thankful for...   DATE   /   /

1 _____

2 _____

3 _____

Today I am thankful for...   DATE   /   /

1 _____

2 _____

3 _____

Today I am thankful for...

1 _____

2 _____

3 _____

Today I am thankful for...

1 _____

2 _____

3 _____

Today I am thankful for...

1 _____

2 _____

3 _____

A special moment this week:

Today I am thankful for... DATE / /

1 _____

2 _____

3 _____

Today I am thankful for... DATE / /

1 _____

2 _____

3 _____

Today I am thankful for... DATE / /

1 _____

2 _____

3 _____

Today I am thankful for... DATE / /

1 _____

2 _____

3 _____

Today I am thankful for...   DATE   /   /

1 _____

2 _____

3 _____

Today I am thankful for...   DATE   /   /

1 _____

2 _____

3 _____

Today I am thankful for...   DATE   /   /

1 _____

2 _____

3 _____

A special moment this week:

What place am I thankful for?

_____

My monthly target:

_____

_____

_____

Who can I support and how:

_____

_____

_____

What do I want to release?

_____

_____

_____

I would like to say thank you to...

_____

_____

_____

Today I am thankful for...   DATE   /   /

1 _____

2 _____

3 _____

Today I am thankful for...   DATE   /   /

1 _____

2 _____

3 _____

Today I am thankful for...   DATE   /   /

1 _____

2 _____

3 _____

Today I am thankful for...   DATE   /   /

1 _____

2 _____

3 _____

Today I am thankful for...　　　DATE　/　/

1 _____

2 _____

3 _____

Today I am thankful for...　　　DATE　/　/

1 _____

2 _____

3 _____

Today I am thankful for...　　　DATE　/　/

1 _____

2 _____

3 _____

A special moment this week:

Today I am thankful for...　　DATE　/　/

1 _____

2 _____

3 _____

Today I am thankful for...　　DATE　/　/

1 _____

2 _____

3 _____

Today I am thankful for...　　DATE　/　/

1 _____

2 _____

3 _____

Today I am thankful for...　　DATE　/　/

1 _____

2 _____

3 _____

Today I am thankful for... DATE / /

1 _____

2 _____

3 _____

Today I am thankful for... DATE / /

1 _____

2 _____

3 _____

Today I am thankful for... DATE / /

1 _____

2 _____

3 _____

A special moment this week:

Today I am thankful for...   DATE   /   /

1 _____

2 _____

3 _____

Today I am thankful for...   DATE   /   /

1 _____

2 _____

3 _____

Today I am thankful for...   DATE   /   /

1 _____

2 _____

3 _____

Today I am thankful for...   DATE   /   /

1 _____

2 _____

3 _____

Today I am thankful for...   DATE   /   /

1 _____

2 _____

3 _____

Today I am thankful for...   DATE   /   /

1 _____

2 _____

3 _____

Today I am thankful for...   DATE   /   /

1 _____

2 _____

3 _____

A special moment this week:

Today I am thankful for...   DATE   /   /

1 _____

2 _____

3 _____

Today I am thankful for...   DATE   /   /

1 _____

2 _____

3 _____

Today I am thankful for...   DATE   /   /

1 _____

2 _____

3 _____

Today I am thankful for...   DATE   /   /

1 _____

2 _____

3 _____

Today I am thankful for...   DATE   /   /

1 _____

2 _____

3 _____

Today I am thankful for...   DATE   /   /

1 _____

2 _____

3 _____

Today I am thankful for...   DATE   /   /

1 _____

2 _____

3 _____

A special moment this week:

GRATITUDE

I'm happy and proud that I've practised
365 days of gratitude.
Perhaps more serenity, positivity, joy,
compassion and happiness can already
be discovered.

"DON'T TRADE OFF YOUR MENTAL
HEALTH AND WELL-BEING FOR:
LOVE, MONEY, APPROVAL OR
STATUS."

LALAH DELIA

Printed in Great Britain
by Amazon

16398156R00070